"ரகசியங்களைத் திறந்து காட்டுங்கள் என
ரகசியக்காரர்களை நான் கேட்பதில்லை.
ரகசியங்களைத் திறக்கும் கள்ளச்சாவியை
எந்தச் சாவிக்கொத்திலும் நான் தேடுவதில்லை.
ரகசியங்களின் மேல் எனக்கு மரியாதை மிகவும்.
ரகசியம் என்பது உண்மையின் இன்னொரு பெயர்.
அவரவர் உண்மை அவரவர் ரகசியம்.
இப்போது என்முன் இருக்கிற சவால்
என் ரகசியத்தைக் காப்பாற்றுவது அல்ல.
என் உண்மையை நானே அறிவது."

கல்யாண்ஜி

மீனைப் போல
இருக்கிற மீன்

கல்யாண்ஜி

சந்தியா பதிப்பகம்
சென்னை - 83.

முதற்பதிப்பு: 2012
இரண்டாம் பதிப்பு: 2016

மீனைப் போல இருக்கிற மீன்
© கல்யாண்ஜி

அளவு : டெமி ● தாள் : 60 gsm ● பக்கம் : 96
அச்சு அளவு : 11 புள்ளி ● விலை : ரூ. 110/-
அச்சாக்கம் : அருணா எண்டர்பிரைஸஸ்
சென்னை - 40.

சந்தியா பதிப்பகம்
புதிய எண் 77, 53வது தெரு, 9வது அவென்யூ,
அசோக் நகர், சென்னை - 600 083.
தொலைபேசி: 044 : 24896979

ISBN : 978-93-81343-16-6

Meenaippola Irukkira Meen
Kalyanji

Printed at Aruna Enterprises.,
Chennai - 40.

Published by
Sandhya Publications
New No. 77, 53rd Street, 9th Avenue, Ashok Nagar,
Chennai - 600 083. Tamilnadu.
Ph : 044 - 24896979

Price Rs. 110/-

sandhyapathippagam@gmail.com
sandhyapublications@yahoo.com

www.sandhyapublications.com

முன்னுரை

மெய்ப்புத் திருத்த அனுப்பியிருக்கிறார்கள்.

திருத்த வேண்டுமா என்றிருக்கிறது. எல்லாப் பிழைகளையும் நான் திருத்திவிடமுடியுமா? நான் செய்த பிழைகளை நானே திருத்தும் போது, ஏதோ ஒரு கட்டத்தில், ஒரு இருபது அல்லது இருபத்தி இரண்டாம் பக்கத்தில், என் பிழைகளை நானே ரசிக்கவும் ஆரம்பித்து விடுகிறேனே என்ன செய்ய? 7ம் பக்கத்தில் முதல் கவிதையின் அச்சடிப்பு இருக்கிறது. 6ம் பக்கம் காலியாக இருக்கிறது, ஒரு எழுத்து. ஒரு புள்ளி கூட அற்ற வெள்ளையாக. அதற்கு முந்திய 1 முதல் 5 பக்கங்களை, இதை எழுதுகிற இந்த நொடிப் பிளவில், யூகிக்கமட்டுமே வேண்டியதிருக் கிறது. மற்றவர்களையும் உள்ளடக்கி, பொதுவாக எல்லாக் கவிதைகளையும் பற்றிச் சொல்ல எனக்கு வக்கு இல்லை.

என்னுடைய இந்தத் தொகுப்பின் கவிதைகளுக்கு முன்னாலும் இப்படி யூகிக்கவேண்டிய, காலியான பகுதிகள் இருக்கின் றனவோ என்று தோன்றுகிறது. முன்னாலோ பின்னாலோ அப்படி இருந்தால்தான் என்ன என்றும், அப்படி இருப்பது தானே இயல்பு என்றும்கூடக் கேட்கவும் சொல்லவும் செய்யலாம். நானோ, என் வாழ்வோ எந்தப் பிழைகளும் இன்றி, எந்தக் காலியிடங்களும் இன்றி, எந்த யூகங்களும் அவசியப்படாமல் அப்படியே மெய் மிகுத்து, துலாம்பரமாக நிரம்பி வழிகிறோமா என்ன? ஒரு மேல்நிலைத் தொட்டி போல நிரம்பிக் கொண்டு, தேவைப்படுகிற நேரங்களில், தேவைப்படுகிற குழாய்களைத் திறந்துவிட்டுக் கொள்வது போல என்னுடைய கவிதைகள் இருக்குமெனில், அது மாநகராட்சிக் குடிநீர் வாரியம் பெருமைப்பட்டுக் கொள்ள

வேண்டிய விஷயமே தவிர, ப்ளீச்சிங் பவுடர் வாடையடிக்கிற அந்த சுத்தீகரிக்கப்பட்ட கவிதைகளை வைத்து நான் என்ன செய்ய?

போன டிசம்பரில் இருந்து, அனேகமாக இந்த 2012 ஆகஸ்ட் இறுதி வரை இந்தத் தொகுப்பில் உள்ள கவிதை களையும், இதற்கு மேல் பத்துப் பன்னிரெண்டையும் நான் எழுதியிருப்பேன். இரண்டோ மூன்றோதான் சிறுகதைகள் எழுத முடிந்தது என்ற சிறிய கவலை ஒரு பக்கம் இருந்தாலும், இத்தனை கவிதைகள் எழுதியிருக்கிறேன். என்கிற சிறிய சந்தோஷமும் இருக்கவே செய்கிறது. எப்போதுமே பெரிதினும் பெரிதுதான் கேட்க வேண்டுமா? அப்புறம் சிறிதினும் சிறிதை யார் கேட்பது? அப்படிச் சிறிதினும் சிறிதைக் கேட்கிற ஒருவனாக இருப்பதிலும், அப்படி இருந்து இவற்றை எழுதி யதிலும் எனக்கு மகிழ்ச்சிதான்,

இது மழைக்காலம். ஐப்பசி முடியப் போகிறது. சரஸ்வதி பூஜைக்கு முன்னால் கொஞ்சம் மழை பெய்தது. கொஞ்சம் தான். அந்தக் கொஞ்ச மழையை முதலில் புல் கொண்டாடு கிறது. அதற்குப் பின் கொழுஞ்சி தன் கருநீலச் சிறு பூக்களால். பத்து நாட்கள் போனால் தரையோடு தரையாய் மஞ்சட் பூக்கள். பெயர் தெரியாத தாவரங்கள் தன் சின்னஞ்சிறு வெள்ளைப் பூக்களுடன் அடுத்து கொண்டாட்டத்தின் வரிசையில் நிற்கும். போகப் போக, தும்பை பூத்துவிடும். ஈசல் பறந்த வெளியில் தட்டான்கள். என் புல், என் கரு நீல, என் மஞ்சள், என் வெள்ளை, என் தும்பை முளைத்தும் பூத்தும் கிடக்கிற இவற்றின் இடையே தான், என்னுடைய நீண்டகால ஒற்றையடிப் பாதை வளைந்தும் நெளிந்தும் வகிடெடுத்துக் கிடக்கிறது, காளான்கள் பார்த்தபடி.

இவை எழுதப்பட, 'உயிர் எழுத்து' சுதீர்செந்தில் மட்டுமே காரணம். அவருடைய சென்ற பிறந்த நாளில் நான் அவருக்கு வாழ்த்துச் சொல்லும் போது, 'எனக்கு ஒரு பிறந்த நாள் பரிசு தருவீர்களா சுந்தரம்?' என்றார். நான் இந்த பிறந்ததினக் கொண்டாட்டங்கள், வாழ்த்துச் சொல்லல், பரிசு கொடுத்தல் எல்லாம் அவ்வளவாய் பழகாதவன். வரவர எல்லாவற்றையும் தானே பழகிக்கொள்ள வேண்டியதிருக்கிறது. ஒரு பிறந்த நாள் தொடர்பான சந்தோஷமான உரையாடலில் ஜாக்கிரதை உணர்வு எல்லாம் இருக்காது அல்லவா? 'சொல்லுங்க சுதீர்' என்றேன். '2012 உயிர் எழுத்து முழுவதற்கும் கடைசிப் பக்கக்

கவிதைகள் எழுதவேண்டும். பத்தில் இருந்து பன்னிரண்டு தேதிக்குள் எனக்குக் கவிதைகள் கிடைத்தால் போதும்' என்றார். ஒப்புக் கொண்டேன். கல்யாணி.சி என்ற பெயரில் வெளிவரட்டும் என்று நானே அவரிடம் கேட்டுக்கொண்டேன். பெயர்தான் ஜாடையா என்ன? இத்தனை வருடங்களாக எழுதுகிற எழுத்தின் ஜாடையைத் தெரியாமலா போவார்கள்? அப்படியெல்லாம் ஒன்று தெரியாமல் போகாது. தெரியாதது போல வேண்டுமானால் இருப்பார்கள். அப்படி இருப்பவர் களுக்காக, நான் என் கூர்நுனிக் குறைவான மூக்கால் நுகராதும், இடைவெளியுள்ள முன் பற்களால் சிரிக்காதும் இருக்க முடியுமா? நான் தேடியடைந்ததை, என்னைத் தேடி வந்ததை, எனக்குக் கிடைக்கிறவைகளைக் கண்டு, கேட்டு, உண்டு, உற்று, உயிர்த்தபடி இருக்கிறேன் எனில், அந்த உயிர்ப்பின் ஜாடை என் சொல்லில் இல்லாதா போகும்?

என் எல்லை களை நான் அறிந்திருக்கிறேன். எழுதுகிற வனுக்கு எல்லைக் குறைவுகளும் இல்லை. எல்லை நிறைவுகளும் இல்லை. அது ஒரு மாயத் தொலைவும் மாய இருப்பும் உடைய தபசில் சொத்து. நான் குடியிருக்கிற வீடு எத்தனை சதுர அடி என்றால் எனக்குத் தெரியாது. நாங்கள் புழங்கப் போதுமான தாக இருக்கிறது. நீங்கள் வந்தால் உட்கார இடம் உண்டு. எங்கள் அப்பா படுத்திருந்து ஓய்வெடுக்கிற நிலையில் தன் இத்தனை எண்பத்தேழு வருடங்களையும் திரும்பிப்பார்த்து அசைபோடும் கட்டிலை இட, ஜன்னலும் வெளிச்சமும் நிரம்பிய இடம் உண்டு. சங்கரி பொறுக்கிய முதல் காக்கைச் சிறகும், எதுவும் அணியாது ஒரு சிறிய பிரம்பு நாற்காலியில் கை ஊன்றி ஒரு அப்பழுக்கற்ற சுடர் போல ராஜு நிற்கும் அந்த ஐஸோலி காமெரா புகைப்படமும் இங்கேதான் எங்கோ இறந்தகாலத்தின் இழுப்பறை ஒன்றில் இருக்கும். அர்ச்சனாவோ அல்லது ஆதித்யாவோ ஒளிந்துவிளையாடத் தோதுவான மூலைகளை அவர்களே இங்கே தேர்ந்தெடுத்துக் கொள்ள முடியும். நான் உட்கார்ந்து மழை பார்க்க வெள்ளை நிற பிளாஸ்டிக் நாற்காலி இருக்கிறது. அடிக்கடி வகை மாறும் சாம்பல் பூனைகள் நடமாட மதில் சுவருக்குக் குறைவில்லை. நேற்று என்ன கிழமை? புதனா?' அய்யா. லெப்பர் அய்யா' என்ற நகமற்ற குரலுடன் நான்கைந்து தொழுமுகங்கள் என்னைக் கூப்பிட ஒரு வாசல் இருக்கிறது. புருவம் அடர்த்தி குறைந்த அந்த வளர்த்தியான மனிதரின்சிரிப்பு வெயில் போல் பளீரென்று அடித்து மங்கி நிழலாடி அவருடன் நகர்ந்துவிடு

கிறது உடனடியாக. பக்கத்து வீட்டு தீபாவளி வெடிகளின் உதிரித் தாள் சிதறிக் கிடக்கும் கோலத்தின் மேல் நரம்பு புடைத்த ஒரு சருகு இலை இவையெல்லாவற்றையும் விட, எனக்கு அல்லது அவளுக்கு மனது முட்டிப் போய் பெருமூச்சுவிட, தனித்தனியாகக் கண்ணீர் பெருக்கிக் கொள்ள அவரவர்க்கான பிரத்யேக இடங்கள் உண்டு. போதாதா என்ன?

இந்த இடங்களை உணர்ந்தவனுக்கு எந்த இடங்களையும் உணர முடியும்தானே. மனது அளவைமானியாகி விடுகையில், உப்புக் கல்லில் கடலோசை கேட்காமலா போகும். பேருந்தில் செல்லும் நமக்கு, சாலையோரத்தில் எங்கோ காகிதம் கருகும் வாடை நூலகம் எரியும் என்னென்ன பதற்றங்களைச் சில சமயம் உண்டாக்கிவிடுகிறது. ஊஞ்சல் கட்டின, நிலைக் கண்ணாடி இருக்கிற ஏதோ ஒரு பூர்வீக வீட்டில் எப்போதோ அவித்துக் கிண்டியிருந்த நெல்லை வந்து வந்து கொத்திப் போகும் சிட்டுக் குருவி அமர்ந்த ஜன்னல்கதவின் விளிம்பில் நான் ஏன் இப்போது உட்கார்ந்து சிறகு கோதுகிறேன்? நான் எங்கெங்கெல்லாம் பறந்திருக்கிறேன். என்னென்னவெல்லாம் என் முன் விசிறப்பட்டன?

கலாப்ரியாவுக்கும் சுகுமாரனுக்கும் சமயவேலுவுக்கும் தேவதச்சனுக்கும் ரமேஷிற்கும் ஒரு சிறிய பறவை போல, அவர்களின் முற்றத்தில் நான் தானியம் பொறுக்குகிற அலகுடன் நடமாடுகிறேன் என்று தெரிந்திருக்காது. இளைய பாரதியும் யுவன் சந்திரசேகரும் மாலதி மைத்ரியும் குட்டி ரேவதியும் அவர்களின் கொடிக் கம்பியில் உலரும் துணிகளின் மேல் இடப்பட்டிருக்கும் எச்சம் என்னுடையது என்பதை அறிய மாட்டார்கள். மனுஷ்யபுத்திரனும் லட்சுமி மணிவண்ணனும் கரிகாலனும் யவனிகா ஸ்ரீராமும் பிரான்சிஸ் கிருபாவும் அவர் களின் அசையும் கிளைகளில் ஒரு சிறு பொழுது அமர்ந்து விட்டுப் பறந்து போயிருக்கும் என் சாயலைக் கண்டிருக்க வாய்ப்பில்லை. அதே பறவையாக, அதே அலகால்தான் எஸ். செந்தில்குமார் அல்லது முகுந்த் நாகராஜன் அல்லது சங்கர ராம சுப்ரமணியன் அல்லது ராணிதிலக்கின் அல்லது இசையின் முற்றங்களிலிருந்து என் தானியங்களைச் சேகரித்துக் கொண்டே போகிறேன்.

இதோ இதை எழுதுவதற்கு முந்திய இரவில் வாசித்துப் பார்த்த சாம்ராஜின் முதல் தொகுப்புக்கான கவிதைகள், அதை

விடவும் அதற்கான முன்னுரை உண்டாக்கிய பெரும் அதிர்வு இன்னும் தணியாமல் இருக்கிறது. ஒருவகை சிலிர்ப்பு நிரம்பிய இந்தச் சமயத்தில் மிகுந்த நெருக்கத்துடன் சாம்ராஜுக்கு நல்வரவு சொல்கிறேன்.

என்னுடைய இந்தத் தொகுப்பின் கவிதைகளைத் தேர்ந் தெடுத்தவர் என்பது மட்டுமல்ல, சலனங்கள் மிக்க, சமீபத்திய என்னுடைய தனிப்பட்ட பத்தாண்டு வாழ்வில் படர்ந்த இருட்டையும் வெளிச்சத்தையும் மற்றெவரையும்விட மிக அதிகமாக அறிந்தவர் அவர். இந்தத் தொகுப்பை அவருக்கு சமர்ப்பிக்கிறேன்.

இக்கணம் என் அலகில் இருப்பது அவருடைய தானியமே.

19, சிதம்பரம் நகர் பெருமாள்புரம் திருநெல்வேலி - 7

கல்யாணி.சி
15.11.2012

உள்ளே...

11 ◆ நதிக் கல்
12 ◆ அப்படியே
13 ◆ உங்களைப் போல ஒருவர்
14 ◆ திங்கட்கிழமைக்காரர்களுக்கு
15 ◆ இன்னொன்றாக
16 ◆ முடிந்தால்
18 ◆ அவரவர் திசையில்
19 ◆ இப்படித்தான்
20 ◆ முற்றிலும்
21 ◆ அரைகுறையாக
22 ◆ எதிரொளிக்கும்
23 ◆ குலைகிற
24 ◆ கண்டும் காணாமல்
25 ◆ வராத / வரும்
26 ◆ இலக்கியாவை முன்வைத்து
28 ◆ புரிதல்
29 ◆ ஒருவேளை அப்போது
30 ◆ ஆதிவரம்பு
31 ◆ காத்திருத்தலின் பூ
32 ◆ நிறமற்று
33 ◆ தொழு-கை
34 ◆ ஒப்படைப்பு
36 ◆ எல்லாவற்றையும்
37 ◆ அதற்குப் பின்
38 ◆ கஸல்
39 ◆ இது போன்ற
40 ◆ அப்படியொன்றும்
41 ◆ மற்றுமோர்
42 ◆ தேவன் / ஈசன் / தூதன்
43 ◆ நாளையை இன்றே
44 ◆ துயரம் நிரம்பிய
45 ◆ எண்ணலின் எண்ணாமை
46 ◆ தரையில் விழுந்த பூ
47 ◆ நீலக் கோவில்
48 ◆ ஓம் எனும் அருவி
49 ◆ எப்படி நம்பாமல்
50 ◆ கடலை நோக்கி
51 ◆ இப்படித்தான்
52 ◆ உலகம் விற்பனைக்கு
53 ◆ உதிரும் நிழல்
நானும் (சொல்லியிருக்க வேண்டியது) ◆ 54
மரகத அட்டிகை ◆ 56
ஏற்கனவே ◆ 57
ஒரு வானம் ◆ 58
விடுவித்தல் ◆ 59
அசையாது ◆ 60
பரவச ஈக்கள் ◆ 61
கற்றது ◆ 62
அவரவர் சாம்பல் ◆ 63
சுழன்று விழும் இறகு ◆ 64
சூடிவிட்டு ◆ 65
யாரை ◆ 66
திசை விலக்கி ◆ 67
துறவின் அழுக்கு ◆ 68
உங்கள் மடியில் இருப்பது ◆ 69
பரபரப்பான வெயில் ◆ 70
உதிரி ◆ 71
விட ◆ 72
மட்டற்று ◆ 73
அணிலிடமிருந்தும் ◆ 74
நமக்குரியவற்றுள் ◆ 75
மீனைப் போலவும் ◆ 76
இன்றைக்கு ◆ 77
எல்லாமும் ◆ 78
என் ஆயுதம் ◆ 79
நிகழ்வது ◆ 80
அதனால் என்ன ◆ 82
போலவே ◆ 83
அண்ணன்மார் கதை ◆ 84
மட்டுமே ◆ 85
அத்தர் சித்திரம் ◆ 86
பறவையின் சிரிப்பையும் ◆ 87
கடிவாளமின்மை குறித்து ◆ 88
நகரும் வீடு ◆ 89
அறியாமலும் ◆ 90
உள்வெளி ◆ 91
இரண்டு ◆ 92
அமைதியின் ஒரு விள்ளல் ◆ 93
என்னவோ ◆ 94
வாழ்வெனும் ◆ 95

நதிக் கல்

இதற்குமேல் உருளமுடியாது
கல் நதியைவிட்டுக் கரையேறிற்று.
இதற்குமேல் வழவழப்பாக்க முடியாது
கல்லை ஒதுக்கிவிட்டு
நதி ஏகிற்று.

அப்படியே

முதன்முதல் பார்க்கையில்
ஒரு கை உடைந்திருந்த
மர நாற்காலியில்
உட்கார்ந்திருந்தார் முருகேச மாமா
ஓரம்தைத்த பனையோலை விசிறி
ஒன்றை வீசிக்கொண்டு.
ஒடிந்த பின் நாற்காலியும்
கிழிந்த பின் விசிறியும்
இறந்தபின் மாமாவும்
எனக்குள் ஒன்றாக அப்படியே
இருப்பது எப்படி?

●

உங்களைப் போல ஒருவர்

பார்த்தாயிற்று இந்தப் பனிக்காலத்தின்
முதல் மஞ்சள் பூவை
விரையும் ஜன்னல் வழியாக
நேற்றே என் ரயில் பயணத்தில்.
பீர்க்கங் கொடி படர்ந்த
நீர்க்கருவையின் பச்சை மறைவிலிருந்து
அவசரமாக எழவேண்டியவராக இருந்தார்கள்
அந்த இரண்டு பெண்களும்.
என் 66ம் வயதை நோக்கி
சலனமின்றி நகர்ந்துகொண்டிருந்த
இந்த டிசம்பர் அதிகாலையின்
முதல் ரயில் பூச்சியை அடையாளம் காட்டுவதாக
ஞாயிற்றுக் கிழமை ஆராதனை மணி.
எப்போதோ பார்த்த வளையல் பூச்சியின்
முதுகுப் புள்ளிகள் தேடி
ஊர்ந்துகொண்டிருந்தது ஆயுள்
என் ஆயிரம் நரைமயிர் அசைத்து.
சிவப்பாக வாசலில் தொங்கும்
முதல் கிறிஸ்துமஸ் நட்சத்திரத்தை
காண்பிக்கும் இரவு வரும்போது
சாம்பல் பூனை மதில் மேலிருக்க
கணவனின் சினேகிதி ஒருத்தியுடன்
கைபேசியில் சிரித்துப் பேசும்
உங்களைப் போல ஒருவர் நிற்பதைப்
பார்க்கமுடிந்தால் இருக்கும் உன்னதமாய்.

●

கல்யாண்ஜி

திங்கட்கிழமைக்காரர்களுக்கு

ஒரு திங்கட் கிழமை காலைபோலவே இல்லை
இந்தத் திங்கட் கிழமை காலை.
பனி தன் சதுரங்கத்தை நிகழ்த்துகிறது
வேறுவேறு காய்நகர்த்துதல்கள் கொண்டு.
மற்றொரு வீட்டுப்பெண்ணின்
தளர்வாடை ஒன்றைத் தவறாக
நம் உருப்படிகளில் வைத்துவிட்ட
சலவையாளராகச் சிரிக்கிறது
வேறொரு வாரத்தின் வியாழக்கிழமையை
வெதுவெதுப்புடன் மடித்து
என்முன் கொடுக்கும் டிசம்பர் 12ம் தேதி.
இந்த நாளை இன்னொரு நாளாகவும்
இன்னொரு காலையை இன்றின் காலையாகவும்
வாழும் நெருக்கடி புதிதில்லை
உங்களுக்கும் எனக்கும்.
எந்த ஆட்சேபணையும்
இராது என நம்புகிறேன்
இந்தத் திங்கட் கிழமை காலை
எந்த ஒரு திங்கட்கிழமை காலைபோலவே
இருக்கிறது எனும் அறிந்த பொய்யுடன்
இறுதிவரியை முடிப்பதில்.

●

இன்னொன்றாக

தும்புக் கயிறு தரையில் இழுபட,
தொலைதூரக் காம்புகளிலிருந்து
ஓடிவரும் செவலைக் கன்றுக்குட்டி
திகைத்து நிற்கிறது
தெரு தொலைந்துபோன மிரட்சியில்.
ஈரப்பதம் உலர்த்தி நகரும்
டிசம்பர் இளவெயிலில்
மேகத் துணுக்கொன்றின்
நிழல் விழுந்து அகல்கிறது
இன்னொன்றாக உண்டாகிவிட்ட
புதிய தெருவில்,
என் மேல்.

•

முடிந்தால்

முடிந்தால்,
பொத்தான் உதிர்ந்த உங்களின்
பழைய சட்டை ஒன்றை
உடையாத கண்ணாடிமுன் இப்போது
தனியாக அணிந்து பாருங்கள்.
முடிந்தால்,
உங்கள் கருப்பு வெள்ளைப் புகைப்படத்தின்
களங்கமின்மையை
துரோகம் மினுங்கும் இன்றைய வெளிச்சத்தில்
கை நடுங்க உற்றுப் பாருங்கள்.
முடிந்தால்,
குடைவரையாய் மனதில் செதுக்கிய
ஐந்து இலக்கத் தொலைபேசி எண்ணில்
உங்களின் ஒளித்துவைக்கப் பட்ட காதலியுடன்
ஒரு ஏழு இலக்க உரையாடல் நிகழ்த்துங்கள்.
முடிந்தால்,
உங்களுக்குப் பிடித்த கண்டசாலா பாடலை
இரண்டாவது ஆட்டம் பார்த்துத் திரும்பிய
இன்றைய இரவில்
அயர்ந்துறங்கும் மனைவியின்

ஒருச்சாய்ந்த உடல்பார்த்தபடி கேளுங்கள்.
முடிந்தால்,
உச்சமாகத் துய்த்த கலவியொன்றின்
உன்மத்த ஞாபகங்களுடன்
உபயோகமற்றுப் போன உங்களின் குறியை
பழைய பம்பரமாகப் பாருங்கள்.
முடிந்தால்,
இதற்கு முந்திய வாடகை வீட்டில்
ஜன்னல்வழி எறிந்ததில் முளைத்த
சப்போட்டா மரக் கிளையில்
பதிபோட்டுக் காத்திருக்கும் பூனையை
பாருங்கள், ஒரு பூனையைப் போலவே.
முடிந்தால்,
உங்களுடைய ஆதி நாட்குறிப்பு ஒன்றின்
முடியாத கசப்பு வரிகளுடைய கவிதையை
என்னிடமிருந்து திருடப்பட்டிருக்கும்
இந்தப் பேனாவால் இப்போதே
எழுதி முடித்துவிடுங்கள்.

அவரவர் திசையில்

தும்பைச் செடிகளுக்கிடையே
ஒற்றையடிப் பாதையில் வந்த அவர்
கட்டுமானம் முடியாத
தேவாலயம் நோக்கிய பிரார்த்தனையில்.
மழைக்காலப் புனலோடிய
கருநீல மினுமினுப்புக்கு அப்பால்
செம்மண் மைதானத்தில் பூத்திருந்த
மண்புழுத்துளைகளை
பறித்துக் கொண்டிருந்தது என் பார்வை.
இரண்டுபேருக்கும் சமதூரத்தில்
ஒரு ஒற்றைச் செருப்பு,
அப்போதுதான் இறந்த
வெதுவெதுப்பான பறவையாக
மல்லாந்து.
சேதாரமற்ற அதன் சாம்பல்நிறப் புரளலை
பார்த்துவந்த அவரும் சொன்னார்
அடிபட்ட மைனாவாக அதை நினைத்ததை.
ஒரு துக்கமான சிரிப்பின் சிறகுவிரித்தலுடன்
அவரவர் திசையில்
பறக்கத் துவங்கினோம் அப்புறம்.

•

இப்படித்தான்

நீண்ட காலம் ஆயிற்று
சுவரில் கோடிட்டுச் செல்லும்
சிற்றெறும்புகளின் ஊர்வலம் பார்த்து.
எதிரெதிர் நின்று பறிமாறிக்கொள்ளும்
முத்த ரகசியம் வழியும்
ஈர நைப்புணர்ந்து.
காரணமற்ற வன்மத்தின் பெரும் கிளர்ச்சியுடன்
வரிசை கலைக்கத் துடிக்கும்
வலது சுட்டுவிரலைத்
திசை திருப்பிக் கொண்டிருந்தது
வெயிலை இழுத்திழுத்து நகரும்
இலை விளிம்புப் புழு ஒன்று.
ஒரு கலகம், ஒரு வன்முறை நிகழாமல்
தவிர்க்கப்படுவதெல்லாம்
இப்படித்தான்
எளிதாக, தானாக.

●

முற்றிலும்

பார்த்துக் கொண்டிருந்தது
இத்தனைக்கும்
பேருந்து நிழற்குடையில் நின்றவளின்
கனத்த மார்பை மட்டுமே.
காலுக்கருகில் நிற்கும் கருப்பு நாய்க்கு
மேலும் ஒதுங்க இடம் அனுமதித்து,
உலகு புரந்து ஊட்டத் திறந்திருந்தபடி,
கருகமணிப் பாசியணிந்த தோழியிடம்
தணிந்த குரலில் உரையாடிய அவள்
அறியவேயில்லை உறிஞ்சும் என் பார்வையை.
உரிய பஸ் வந்து ஏறும் சமயமும்
எந்தத் திருத்தமும் செய்யவில்லை உடையில்.
கருகமணிப் பாசிப் பெண், மற்றும்
கருப்பு நாய் மிஞ்சிய இடத்தில்
பேருந்தில் சென்றவரை நிறுத்திப் பார்த்தேன்.
கால் விரல் தெரிந்தது, கை நகம் தெரிந்தது.
முன்சிகை கலைந்த முழு முகம் தெரிந்தது.
மார்பு முற்றிலும்
மறைந்து போயிருந்தது.

●

அரைகுறையாக

'முழுதாகப் பார்த்திருகிறாயாடா நீ?'
இடப் பக்கம்போகிறவர்
வலப் பக்கம் போகிறவரிடம் கேட்டார்.
எதைப் பார்ப்பது பற்றி அவர்
இப்படிக் கேட்டாரோ?
எதையும் முழுதாகப் பார்க்கமுடியாது என்றும்
எதற்குமுழுவதையும் பார்க்கவேண்டும் என்றும்
எதுவுமே முழுதல்ல என்றும்
அடுத்தடுத்து எனக்கு
அரைகுறையாகத் தோன்றுவதை
உங்களைத் தவிர
இயம்புவேன் யாரிடம்?

எதிரொளிக்கும்

தேயிலை கொதிக்கும்
வாசனையை விரும்பிய முகத்துடன்
வால் உயர்த்திப் போகிறது கரிய பூனை.
சென்ற நூற்றாண்டின் நீராவியிலிருந்து
இந்த வெயில்தினத்திற்கு நகர்கிற பார்வையுடன்
சினேகிதனின் அப்பா பிரம்பு நாற்காலியில்
சரிந்திருக்கிறார், இடுப்பு வார் அணிந்த
அரைக்கால் சட்டையுடன்.
தோல் சுருங்கிய முதிய ஒற்றை விரலால்
தட்டெழுத்துச் செய்யும் வயோதிகச் சத்தம்
விலகும் காகிதத்தின் மேல் ஒலிக்கிறது
வினோதமாக உள் அறையிலிருந்து.
மரப்படிகளின் வழி மேலேறிப் போன சினேகிதன்
விசிலடித்து அவனுடைய
வளர்ப்புப் பறவையுடன் பேசுகிறான்
காதலி பெயர் சொல்லி.
சுவரோரம் சாத்திவைத்துவிட்டு வந்த
சைக்கிளின் கைப்பிடியில்
எதிரொளிக்கும் ஒளிக்கிரணம்
ஏளனமாகச் சிரிக்கிறது என்
வியர்வைக்கறை படிந்த
நீலச்சட்டையைப் பார்த்து.
இசைத்தகடு இரவல் வாங்குவதற்கு
வந்ததாகவே சொல்லியிருக்கிறேன்.
இரண்டே இரண்டு வருக்கியும்
கருப்புத் தேனீருமாவது தராமலா போவார்கள்?

•

குலைகிற

இந்தப் பாதையைத் தவிர்த்துவிட்டு
பேருந்து நிறுத்தத்திற்குச் செல்ல
எந்த மாற்றும் இல்லை எனக்கு.
நீண்ட காலமாகவே தொங்குகிறது
அகற்றவே அகற்றாமல்
மூன்றாம் வீட்டு வாசலில்
அந்தத் திரைச்சீலை
ரத்தத்தில் நெய்த நிறத்தில்.
நெடுங்குருதி எனும் வர்ணிப்புக்கு
முற்றிலும் பொருந்துவது அது.
சித்தம் கலங்கிக் காற்றில் புரள்வதும்
அப்போதுதான் கத்தி செருகப்பட்டதாக
வெயிலில் துடிப்பதுமாக அது
உண்டாக்கும் பதற்றத்திற்குக்
கணக்கே இல்லை.
இரண்டாவது வீட்டைத் தாண்டும்போதே
முற்றிலும் குலைகிற நிம்மதியுடன்
மிச்சமிருக்கும் ஒவ்வொரு நாளையும்
எப்படிக் கழிப்பது நான்,
நீங்களே சொல்லுங்கள்.

கண்டும் காணாமல்

காணாமல் போய்விட்டார்கள்
கல் உப்புவிற்கிறவர்கள்
கோலப்பொடிக்காரர்கள்
பிச்சி அரும்பு எனக் கூவி
பின்கருக்கலில் வருகிறவர்கள்,
ஈயம் பூசுகிறவர்கள்
எவர்சில்வர் பாத்திரக்காரர்கள்
மத்தியானத்தில் பசித்த பாம்புடன்
மகுடி ஊதி வருகிறவர்கள்
குங்குமம் வைத்துச் சட்டைபோட்ட
குட்டிக் குரங்காட்டிகள்
குடுகுடுப்பைக்காரர்கள்
பச்சைத் தலைப்பாகையுடன்
டேப் தட்டும் பக்கிரிகள்
வாசல்தேடி வந்து விற்கும்
வளையல் செட்டிகள்,
தெருத் திருப்பத்து வண்டிப் பேட்டையில்
மண்பானை விற்கும் வேளார்கள்
ஜவ்வுமிட்டாய்க் காரர்கள்
ஜரிகை இருக்கிறதா ஜரிகை எனக்
குரல் கொடுப்பவர்கள்
நாவல் பழம் விற்பவர்கள்
நார்ப் பெட்டியில் அவல் கொண்டுவருகிறவர்கள்
நாராயணசாமிக்கு அரிசி வாங்குகிறவர்கள்
அம்மி கொத்துகிறவர்கள்
அன்னக்காவடிச் சாமியார்கள்
காக்காய்க்குச் சோறு வைக்கக்
கத்திக் கூப்பிடுகிறவர்கள்...
அப்புறம்
காணாமல் போய்விட்டார்கள் எனக்
காணாமல் போய்விட்டவர்கள் பற்றி
இப்படிக் கவலைப்படுகிறவர்கள்
எல்லாம்.

•

வராத / வரும்

ஏன் தான் மழைக்காலம் வருகிறதோ
என இருக்கிறது
சாலையில் நசுங்கிக் கிடக்கும்
பச்சைத் தவளைகளுக்கும்
கல்வெட்டாங்குழிகளுக்கும்
இடையே உள்ள தூரம் நிரந்தரமாகிவிட்டதும்.
ஏன் தான் பனிக்காலம் வருகிறதோ
என இருக்கிறது
செருப்புக் கால்களின் கீழ்
கடைசியாய் நகரும் வளையல் பூச்சிகளிலிருந்து
வெயிலில் பிதுங்கும் முதுகுப் புள்ளிகளின்
வரிசை குலைவால்.
இனிமேல் மழைக்காலம் வராதோ
என்றிருக்கிறது
நீக்கமறத் தரையை நிறைத்திருக்கும்
மஞ்சட்பூக்களின் தாவரநுட்பத்தில்.
இனிமேல் பனிக்காலம் வராதோ
என்றிருக்கிறது
இன்றின்றைக்குப் பூத்த தும்பைகள் மேல்
இன்றின்றைய வெயிலில்
தட்டான் பறக்கையில்.
வருவதை வெறுக்காமல்
வரவேண்டும் என விரும்பாமல்
எல்லா மழைக்காலத்தின்
எச்சில் பாத்திரங்களையும் துலக்க
இலந்தைக்குளத்திலிருந்து புறப்படுகிறாள்
ராணியக்கா.
எல்லாக் குளிர்காலத்தின்
திறந்த மேனிகளுக்கும் கவசமிட
திருவனந்தபுரம் சாலையில்
சணலாடை விற்கிறாள்
மஞ்சள் முகத்துடன் மலைபெயர்ந்திறங்கிய
ஒருத்தி, தன் இடுங்கிய கண்களுடன்.

●

இலக்கியாவை முன்வைத்து

நான் கற்றுக் கொள்கிறவன் தானே.
எட்டு, ஒன்பது வயது இலக்கியாவிடம்
கற்றுக்கொள்ளும்படி ஒரு சிரிப்பு இருந்தது.
அவளை வரைவது எனில்
அந்த 'எப்போதும் சிரிப்பை' வரைவதுதான்.
இந்த வாழ்வின் கிளையொன்று குனிந்து
பறித்துக்கொள் என அந்தக் கனியை
அவளுக்கு அளித்திருக்கிறது.
திக்குத் தெரியாத வனத்திலிருந்து
இந்த ஒரே ஒரு பூவை மட்டும்
அவள் பறித்துவந்திருக்கிறாள்.
வேறு எப்படி அவளிடம்
உரையாடலைத் துவக்குவது?
அவள் பக்கத்தில் அமர்ந்தேன்.
இறுக்கமாக அணைத்துக் கொண்டேன்.
தீட்சை வாங்கும் குரலில்
அவள் காதில் சொன்னேன்,
"எப்படி இப்படிச் சிரிக்கிறாய், இலக்கியா?"

முதலில் சிரிப்பே பதிலாய் வந்தது
மேலும் கேட்க, மேலும் சிரிப்பு.
கேள்வியின் தொந்தரவு தவிர்க்க நினைத்து
"ரகசியம் அது" என உபதேசித்தாள்.
ரகசியம் என்று தெரிந்ததே போதும்
ரகசியங்களைத் திறந்து காட்டுங்கள் என
ரகசியக்காரர்களை நான் கேட்பதில்லை.
ரகசியங்களைத் திறக்கும் கள்ளச்சாவியை
எந்தச் சாவிக்கொத்திலும் நான் தேடுவதில்லை.
ரகசியங்களின் மேல் எனக்கு மரியாதை மிகவும்.
ரகசியம் என்பது உண்மையின் இன்னொரு பெயர்.
அவரவர் உண்மை அவரவர் ரகசியம்.
இப்போது என்முன் இருக்கிற சவால்
என் ரகசியத்தைக் காப்பாற்றுவது அல்ல.
என் உண்மையை நானே அறிவது.
இம்முறை ஒருவேளை
இலக்கியாவை முன்வைத்து.

புரிதல்

தினமும் பிணம்செல்லும் தெரு ஒன்றில்
குடியிருந்த சிறுவயது என்னுடையது.
ஆரம்பப் பாடசாலையும்
அங்கேயே இருந்தது.
மரணத்தின் பிடிபடாத அகரங்களைத்
தொடர்ந்து கற்றுத் தந்தன
தெரு வழி செல்லும் பிணங்கள்.
பிணம் என்பது முதலில் பயமாக இருந்தது.
அப்புறம் ஏதோ அருவெறுப்பாக.
குறுக்கே செல்லும் பூனை கணக்காய்
பிணங்கள் போவது சகஜமாயிற்று.
பிணங்கள் முகத்தை, கால் பெருவிரல்களைப்
பார்ப்பது அப்புறம் சாத்தியமானது.
வகுப்பு மாற்றத்தில் பிரியும் சகா எனும்
மிகவும் எளிய புரிதல்
பின்னர் உண்டு பிணங்கள் குறித்து.
தேரோட்டத்திற்கு வந்த சிவசைலத்து ஆச்சி
எங்கள் வீட்டில் இறந்துபோன இரவுதான்
கலங்கலாக ஒரு தெளிவு வந்தது
ஒரே நிகழ்வின் வேறுவேறு வர்ணனைகள்
பிணங்கள் மற்றும் மரணங்கள் என்று.
தெருவில் செல்லும் பிணங்களை
நின்று
கும்பிடும் பழக்கம் துவங்கியதும்
அன்றுதான்.

●

ஒருவேளை அப்போது

வியாழக் கிழமை பிற்பகல்
கட்டில் பக்க நாற்காலியில் அமர்ந்த
என்னிடம் கேட்டார்,
"இன்று ஞாயிற்றுக் கிழமையா?".
இந்த வியாழக் கிழமைக்கும்
ஏதோ ஒரு உத்தேச ஞாயிறுக்கும் நடுவில்
வலியற்றுக் கசிந்து
வழிந்துகொண்டிருந்தது கண்ணீர்.
வெட்டப்படாமல், இறுதியை நோக்கி
வளர்ந்திருந்த விரல் நகங்கள்.
குளிர்ந்த ஆலங்கட்டிக் கையிலிருந்து
என் கையை உருவி எடுத்தபோது
கடைசித் துரும்பின் பிடியிலிருந்து
அவரை நழுவவிடும் குற்ற உணர்வு.
நரைமுடியில் பிசுபிசுத்து இறங்கிய காலத்தை
துடைத்ததும் வெளிச்சம் தடுமாறியது.
அறைக்கு வெளியே வந்து பார்க்கையில்
துடைத்த விரல்களில் ஈரமாக
விடிந்துகொண்டிருந்தது அவருடைய ஞாயிறு.
ஒருவேளை அப்போது மழைக்காலமாய்
இருக்கலாம்.

ஆதிவரம்பு

சாலையோர ஜல்லிக்குவியலில் அமர்ந்த
தட்டான் பூச்சியைப்
பிடிக்கமுடியவில்லை ஆதியால்.
ஜல்லிக்கல் ஒன்றைக் கையில் எடுத்து
உற்றுப் பார்த்த சிறிது நேரத்தில்
'ஹிமாலயாஸ்' என்று
என்னிடம் நீட்டினான்.
நான்கு வயதுக் கையில் இருக்கும்
இமயவரம்பின் தொடர்ச்சி மீது
எப்படி ஏறுவது என்கிற
மலைப்பு எனக்கு.

•

காத்திருத்தலின் பூ

விவிலியப் புத்தகத்துடன் எதிரே வந்த
சுருட்டை நரைமுடி உச்சியில் இருந்து
தரைக்கு நழுவியது ஒற்றை ரோஜா.
விழுந்துவிட்டதை வீழ்தலின் கணமே
பேராசிரியை முகமுள்ள அவரும் அறிவார்.
இன்னாரிடமிருந்து இது உதிர்ந்ததென்று
எதிரே சென்ற நானும் அறிவேன்.
அவரோ நானோ குனிந்து எடுக்கும்
அடுத்த கணத்திற்குத் தயாராக இருந்தது
நீண்ட காம்பும் அடர்ந்த சிவப்புமாய்
முள் உள்ள காத்திருத்தலின் பூ.

●

கல்யாண்ஜி

நிறமற்று

அமைதியின்மையை வரைய
ஆற்றங்கரை சரியான தேர்வு.
நிலைகுலைந்த வானத்தில்
தொடங்கத் தோன்றியது.
வானத்தின் மையம் கிழித்து
வேட்டைக் கூவலில்
மீன்கொத்திப் பாய்ச்சல்.
'கொத்திச் சிறகின்
குழம்பிய வர்ண அடுக்குகளில்
ஒரு மீனின் மரணம்
சதா நீந்துவதாக.
மீன்களோ ஆற்றிடை
நாணல் திட்டில்.
வளையும் நாணல்
பச்சையைத் தீட்டுவது
ஆற்றை வரைவதை விடவும்
சற்றுக் கடினம்.
நீர்வண்ண ஓவியம்
என்று நினைத்தால்
ஆறு முழுவதும் காயங்களின் கழுவல்.
ரத்தச் சேற்றில் கூழாங்கற்கள்.
கூழாங்கல் பொறுக்கிக்
கரையேறிய நேரம்
அனைத்தும் வரையப்பட்டிருந்தது
அடிவானத்தில்,
நிறமற்று.

•

தொழு-கை

கடைசிக் கணுவரை
கால், கை விரல்கள்
மூக்கு நுனி
புருவ மயிர்
காது மடல்
எல்லாவற்றையும்
கொடுத்துவிட்டேன்.
பெற்றுக் கொண்டவர்கள்
ஞாயிற்றுக் கிழமை ஆராதனைக்கு
நல்மேய்ப்பர் ஆலய
நடையேறுகிறார்கள்.
என்னை வெளிவாசலில்
இருத்தி உரையாடுகிறது
நட்சத்திரங்கள் பார்த்த பனி.

ஒப்படைப்பு

அந்த வாய்க்கால்
எங்கிருக்கிறது எனத்தெரியாது.
அப்படி ஒரு வாய்க்கால் உண்டா
என்பதும் நிச்சயம் இல்லை.
ஐந்து நாட்கள் விடாமல்
சைக்கிள் ஓட்டிகொண்டிருந்தவனை
வேடிக்கை பார்த்துநின்ற கால்களை
அந்த வாய்க்கால் பார்த்துக்கொண்டிருந்தது.
அல்லிகள் படர்ந்து மண்டியிருந்த
பாசிப்பச்சைத் தண்ணீரிலிருந்து
முற்றிலும் மலர்ந்த இரண்டு பூக்களை
நீந்திப் பறித்திருந்தாள்.
கைகளின் வழி நெளியும்
அல்லித்தண்டு நீர்ப்பாம்புகளுடன்
மேல் சட்டையின்றி ஏறிவரும்
ஓட்டைப் பல் சிறுமி அவள்.
வெட்கப்படும் அளவுக்கு
எதுவுமற்ற களங்கமின்மை.
படிகளைத் தவிர்த்து

கால்நடைகள் இறங்கும்
சரிவில் கரையேற
அவளுக்குப் பிடிக்கிறது.
கீழ் நோக்கிச் சொட்டும்
நீர்வழியின் நடுவிலிருந்து
மற்றொரு பூவாக மலரும் சிரிப்பு.
எதிர்பார்த்து ஓடிவரும்
பூவரச மரத்தடி ஆட்டுக்குட்டி.
மீண்டும் ஒருமுறை
அல்லிப் பூக்கள்,
வாய்க்கால் மட்டும் போதாது.
கரையேறும் சிறுமி,
பூவரசமரம், ஆட்டுக்குட்டி
எல்லாவற்றையும் நீங்கள்
எனக்குக் காட்டினால்
முதல்முறை பார்த்ததை முழுமையாக
ஒப்படைத்துவிடுவேன் உங்களிடம்
அல்லது யாரிடமாவது.

எல்லாவற்றையும்

இன்றும்
நடந்துவிட்டுத்தான் வந்தேன்.
எல்லாவற்றையும்
கடந்துவிட்டு வந்தது போல
இருக்கிறது
அமைதியாக,
கொந்தளித்துக் கொண்டும்.

●

அதற்குப் பின்

ஒரு முதிர்ந்த யானை போல
இந்தப் பனிக்காட்டில்
மூங்கில்புதரின் திசையில் நடக்கிறேன்.
தும்பிக்கைக்கு மட்டும் வயது குறைந்து
உல்லாசமாகத் துளாவுகிறது வழிச் செடிகளை.
பாறையொன்றுக்கு ஆரம் சூட்டுகிறது
காற்றைச் சுழற்றி.
கலவிக்குப் பிந்திய
காதல்மடப்பிடியின் மணம்
அகாலம் தாண்டி எழுகிறது
பெருமழைத் தாரை கருவரியிட்ட
கல்தொடர்ச்சியில்.
நான் குதிக்கவிருக்கும் பேரருவி விழுவது
அதற்குப் பின்னுள்ள
ஆழங்காணாப் பள்ளத்தில் தான்.

கஸல்

நான் இப்போது
ஒரு கஸல் பாடிக் கொண்டிருக்கிறேன்.
குரல் ஹரிஹரனுடையது.
வரிகள் அப்துல் ரகுமானுடையது.
கண்ணீர்மட்டும் என்னுடையது.

●

இது போன்ற

எந்தக் குப்பையைப் புறம் தள்ளும்போதோ
ஏறிய சிலாம்பு குடைகிறது.
வலது சுட்டு விரலில் வாதை.
எருக்கம் பால் வைத்துக்கொண்டே
இவள் சொன்னாள்,
'கல்லடி பட்டால் காய்த்த மரம்.
காயம் பட்டால் ஏறுமுகம்.'
கருப்பு வண்ணத்துப் பூச்சி
அமர்ந்து பறக்கும்
ஒரு கருநீலப் பூங்கொத்து
காற்றிலும் அசையாது கேட்கவிரும்புவது
இது போன்ற எளிய சொற்களைத்தான்.

அப்படியொன்றும்

இதே பகுதியின்
மூன்றாம் குறுக்குத் தெருவில்
என் சினேகிதியின் முதிய பாட்டியை
கண்ணாடிப் பெட்டிக்கு வெளியே
நீண்டுகிடக்கும் ஆணிவேர்களுடன்
அசையா விழுதுகளுடன்
பார்த்து நின்றாயிற்று.
இந்த அடுக்கக இரண்டாம் தளத்தின்
தெற்குப் பார்த்த வீட்டில்
மூன்றே நாட்களின் வெயிலுக்குக்
கூசிய கண்களுடன்
மடி நிறைப்பது, உறவினருடைய
மகள் வயிற்றுப் பேரன்.
அப்படியொன்றும் அதிகமில்லை
இறப்புக்கும் பிறப்புக்கும்
இடைப்பட்ட தூரம்.

மற்றுமோர்

தாமரைக்குளம் பார்த்து நிற்கிற
வெளியூர்ச் சிறுமிக்கு
மாடு குளிப்பாட்டிக் கொண்டிருந்தவர்
புத்தனைப் போல நீந்திப் போய்
பூவெடுத்துக் கொடுத்துப்
புன்னகைத்த கிரணத்தில்
மாடு சிலுப்பியது
மற்றுமோர் வானவில்.

தேவன் / ஈசன் / தூதன்

என் தேவன் என்னை
புறாவாகப் படைத்திருக்கலாம்.
கூட்டாகப் பறந்து
கூட்டமாக இறங்கி
தனித்தனித் தானியம் பொறுக்குவேன்.
ஈசன் என்னை
சருகாக உதிர்த்திருக்கலாம்.
வேம்பு, புங்கை, குல்மோஹர் எனும்
வேற்றுமையின்றி எரிந்திருப்பேன் கூளமாக.
இறைத்தூதன் என்னை
எறும்பாக அனுப்பியிருக்கலாம்.
நந்தியாவட்டைக் கிளை மீதும்
மரமல்லிப் பூ மீதும்
நகர்ந்திருப்பேன் அன்றன்றைய
வெயில் உறிஞ்சி.
சாப்பாட்டு மேஜையில் பழக்கிண்ணங்கள்.
கண்காணிப்புக் கண்களுடன் நெடுஞ்சுவர்கள்.
கதவுத் தாழ்கள் நனையாத் தூரத்தில்
கடும் மழை.
நெடுந்தொடர் பார்த்தபடி நான்.

நாளையை இன்றே

அவரிடம் என்னை
அழைத்துப் போன நண்பரின்
கையிலிருந்த தாமரையைப் பெற்றுக் கொள்வதில்
அவருக்குச் சிரமம் இருந்தது.
சாய்ந்திருந்த தலையணையிலிருந்து
அவர் எந்த நொடியிலும்
சரிந்துவிடும் தோற்றத்தில்.
என்னைப் பார்த்துச் சிரித்ததும்
எழுந்துபோய்ப் பற்றிக்கொண்டேன்
அவர் கைகளை.
அந்த என் செய்கை ஒரு
அத்துமீறல் எனப் பதைத்தார் நண்பர்.
சுத்தம் செய்யப்படாது, சிறுநீர் வாடையுடன்
பொதுக்கழிவறையிலிருந்து வருகிற
பெரியவர் ஒருவரின் சாயலில்
இருக்கிறார் அவர் எனச் சொன்னால்
எப்படி அதை எடுத்துக்கொள்வார்
நாளை மலருமொரு மொக்கை
இன்றே பறித்துவந்த
என்னுடைய நண்பர்?

●

கல்யாண்ஜி

துயரம் நிரம்பிய

ஒரே ஆரவாரமாக கிடந்தது.
அடுக்கக மேல் நிலைத் தொட்டியின் மேல்
அமர்ந்திருக்கிறது ஒரு மயில் என.
தோகை பற்றியும் கொண்டை பற்றியும்
தொகை ஹெதாகையாக வர்ணனைகள்.
ஒரு மயிலை,
ஒரு எறும்பு தின்னியை,
ஒரு மர நாயை,
ஒரு மலைப் பாம்பை
குடியிருப்பின் மத்தியில் பார்ப்பது
கிணற்றுக்குள் தவறி விழுந்துகிடக்கும்
திருடனைப் பார்ப்பது போல
பரிதாபமானது,
துயரம் நிரம்பியது.

எண்ணலின் எண்ணாமை

மழைத் துளிகளை, வேப்பம் பூக்களை,
மண்புழுக்களை எண்ணினேன் என்றாள்.
வழுக்கோடையின் தேளிமீன் எண்ணிக்கை சொன்னாள்.
ஆலம் பழங்களையும் எண்ணிவிட்டாளாம்.
ஒரு சோளக்கொண்டையில் எத்தனை மக்காச் சோளம்
ஒரு வெள்ளரியில் எத்தனை விதைகள் என்று கூட.
நம்புவோம், ஒன்றும் நஷ்டமில்லை.
எத்தனை பேர்கள் வன்புணர்ந்தார்கள்
என்பதையும் அவள் சொல்லக் கூடும்.
பைத்தியக்காரியின் உளறலை எல்லாம்
எங்கேயாவது யாரும் பொருட்படுத்துவார்களா?

கல்யாண்ஜி

தரையில் விழுந்த பூ

வரவேற்பு வாசலில் எடுத்துக் கொள்ள
காம்புடன் ரோஜா பூ வைத்திருந்தார்கள்.
ஏற்கனவே அவை புத்தம் புதுப் பூ.
இவள் தேர்ந்துகொண்டதோ புதிதினும் புதிய பூ.
பேசிக்கொண்டே செருகினால் எப்படி?
சரியாய் அமராமல் கீழே விழுந்தது.
குனிந்து எடுத்துக் கொண்டு மறுபடி
சூடிக் கொண்டால் என்ன? இன்னொரு
பூவை எடுத்தாள், தலையில் வைத்தாள்.
போய்க்கொண்டிருந்தாள். தரையில் விழுந்த பூ
யார் குனிந்தெடுப்பார் என்ற யூகத்தில்
எல்லோர் முகத்தையும் பார்த்துச் சிரித்தது.
யார் நமை மிதிப்பார் என்ற கவலையும்
இல்லாமல் இல்லை. இருக்கும் தானே.

நீலக் கோவில்

அவளுடைய நீலம் வெள்ளையாகவே இருக்கிறது.
அவள் நீல மெழுகுவர்த்தி ஏற்றுகிறாள்,
வெள்ளைப் பிரார்த்தனைகள் சொல்லி.
அவள் வெண்ணிற இரவுகளை
அவளுடைய கவிதையில் மொழிபெயர்க்கையில்
அவை நீல இரவுகள் ஆகிவிடுகின்றன.
அவள் பொறுக்கிய ஏழாவது கூழாங்கல்
நீலமாக இருந்தது.
அவளது மேய்ப்பர் நீல நிறமாக இருந்தார்.
ஆட்டுக் குட்டிகளும் அப்படியே.
அவள் ரசவாதி.
அவளுக்கு எல்லாம் கூடும்.
ஒரு நீல எறும்புக்கு
அவளை மிகவும் பிடித்திருந்தது.
அவளுடைய பார்வையின் காருண்யத்தில்
அவன் தன்னுடைய நீலச் சாம்பலிலிருந்து
உயிர்த்தெழுந்து வந்தான் ஆடையற்று.
ஒரு நீல வஸ்திரம் தந்து
அவள் அவனை உடுத்தப் பண்ணினாள்.
அவள் மார்புக் காம்புகள் நீலமாக இருந்தன.
விஷம்தானே நீலம் என
அவன் கேட்டதற்குப் பிரதியுத்தரமாக
அமுதமும் அப்படித்தான் என
அவள் புன்னகைத்தாள்.
ஏதோ ஒரு கோவிலின்
அம்மனுக்குப் பெயர் நீலாயதாட்சி.
அவனுக்கு அந்த
ஏதோ ஒரு கோவிலைப் பிடித்திருந்தது.

ஓம் எனும் அருவி

எல்லோரையும் போல முதலில்
அருவியைப் பார்த்தேன்.
பின் ஒரு தருணம்
அருவி மறைத்திருந்த
குடைவரை சிவலிங்கங்களைக்
கும்பிட்டு நின்றேன்.
அருவியா சிவனா என
அடுத்தொரு மயக்கம்.
இப்போது
அருவியும் தொலைந்தது.
சிவனும் தொலைந்தான்.
ஓம் எனும் அருவி
ஓசை மட்டும் எங்கணும்.

எப்படி நம்பாமல்

'ஒன்பதாம் நாள் நிலவின் கீழ்
அசையும் மரங்களுக்கு
ஆடி மாதக் காற்று இப்படியொரு
அழுகல் பழ வாடையைத் தரும்'
அவன் சொன்னான்
நான் நம்பவில்லை.
'இசக்கி துடிகாரி.
தலைக்கு மேல் உள்ள ஆலம்பழங்களை
குளத்துத் தண்ணீருக்குள்
அவள் பறித்து வீச,
நீந்திச் செல்லும் அவை மீன்களாக'
அவன் சொன்ன அதையும்
நான் நம்புதற்கில்லை.
'பொதுக் கிணற்றுச் சகடைகளில்
சாமத்தில் நீர் இறைத்து
மூக்கம்மா அத்தை குளிக்கையில்
அரசமரக் கிளிகள் பந்தலாய்ப் பறந்து
அம்மணம் மறைக்கும்'
நன்றாகத்தான் இருந்தது கேட்க,
நம்பவே இல்லை ஆனால்.
இடிந்து கிலமான வீட்டில்
தொழுவத்து மண்சுவரைத் தொடச் சொல்லி
அவனும் தடவி
அப்படியே நின்றான்.
'நாள் கணக்காகச் சாப்பிடாமல் கிறங்கி
வேப்பமரத்தடியில் கிடந்த இரவுகளில்
அம்புலி, சுவருக்கு இந்தப் பக்கம் நுழைந்து
அந்தப் பக்கமாக உருவிச் செல்கையில்
வடிசோறு கொதிப்பது போல ஒரு
வாசனை அடிக்கும்'
இப்படிச் சொல்கிற ஒருவனை
இனிமேலும்
எப்படி நம்பாமல் இருக்கமுடியும்?

●

கல்யாண்ஜி | 49

கடலை நோக்கி

உங்கள் கையில் இருப்பது
இதுவரை நீங்கள் உபயோகிக்காத ஆயுதம்.
என்னை வன்மத்துடன் தேடுகிறீர்கள்
உங்கள் முதல் கொலையைச் செய்ய.
உங்கள் ஆயுள் முழுவதற்குமான
ஒரே கொலையைக் கூட.
உங்களின் தவிர்க்க இயலாத தோழி
"இன்னும் நீந்தும்
இறந்த கடலாமை" கவிதையை
வாசித்துக் காட்ட அழைத்திருக்கும்
சவுக்குக் காட்டில்,
பதினான்காம் நாள் நிலவு பற்றிய
பழைய திரைப்பாடலைப்
பாடிக்கொண்டிருக்கிறேன்.
பூரித்துக் கண்மூடிச் சொல்கிறாள் உங்கள் தோழி,
'அவனுக்கு மிகப் பிடித்த பாடல் இது'.
எவ்விய அலை பாறையில் அறைந்த ஓசை
வழிகிறது எங்கும் ஏழேழு கடல்களில்.
நீங்கள் கை நழுவவிடும் ஆயுதம்
மணலில் குத்திட்டு நிற்கும் நொடியில்
தோழியின் கவிதை வரிகளிலிருந்து
கடலை நோக்கி நகர்கிறது ஆமை
என்னை அதன்மேல் இருத்தி.

●

இப்படித்தான்

ரொம்ப காலமாகவே
இப்படித்தான் இருக்கிறார்கள்
இவர்கள்.
ரொம்ப காலமாகவே
இப்படித்தான் இருக்கிறேன்
நான்.
ரொம்ப காலமாகவே
இப்படித்தான் இருக்கிறது
இந்த
ரொம்ப காலம்.

உலகம் விற்பனைக்கு

இன்று தர்பூசணிக்
கீற்றுகள் விற்கிறேன்.
எவ்வளவு என்று விலைகேட்டு
உள்ளங்கைச் சில்லறை நோக்கி
வாங்காமல் போகிறாள்
வேறெங்கோ பார்க்கும் முகத்துடன்
செம்பட்டை முடிச் சிறுமி.
அந்த உள்ளங்கைச் சில்லறைக்கு
இந்த உலகத்தையே விற்றுவிடும்
வேறேதேனும் வியாபாரம் செய்ய
இப்போது
விருப்பம் எனக்கு.

●

உதிரும் நிழல்

திறந்து கிடக்கிறது வீடு.
உங்களுக்குப் பரிச்சயமானவர்
பெயரைச் சொல்லிக்கொண்டே
முதல் அறையில் நுழைகிறீர்கள்.
உங்களுக்குப் பரிச்சயமானவரின்
பெண்குழந்தை பெயரை அழைக்கையில்
காற்றில் அசையும் ஒரு அகல் சுடரும்
கை அகலச் செம்பருத்தியும்
உங்களைப் பார்க்கின்றன.
உங்களுக்குப் பரிச்சயமானவரின்
மனைவி பெயரை நீங்கள் அறிவீர்கள்.
கிளர்ச்சியுடன் அதை உச்சரிக்கும்
பெருவிருப்பைக் கட்டுப்படுத்திக் கொள்கிறீர்கள்
படுக்கையறை எங்கிருக்கும் எனும்
உத்தேசமான தேடலை
உங்களால் தவிர்க்கமுடியவில்லை.
உங்களுக்குப் பரிச்சயமானவரின் மனைவி
உங்களைப் பெயர் சொல்லி அழைத்தபடி
குளியலறையை வெளியேறும் காட்சியை
உங்களின் ஒளித்துவைக்கப்பட்ட காமம்
அவசரமாக வரைகிறது.
நீங்கள் கிணற்றடிக்கே போய்விட்டீர்கள்.
கருநீலப் பூ கனத்துத் தொங்கும்
வாழைமரத்தில் ஒரு காகம்
சாய்ந்த பார்வையில் கண்காணிக்கிறது உங்களை.
கூசச் செய்யும் வெயில் மீறி
அது உங்களுக்குப் பரிச்சயமானவரின்
சாயலில் இருப்பது பிடிபடுகிறது.
திறந்துகிடந்த வீட்டைவிட்டு நீங்கள்
விரைந்து உடனடியாக
வெளியேறிவிடுகிறீர்கள்.
பரிச்சயமற்ற உங்கள் நிழல் ஒன்று
அங்கு உதிர்ந்துகிடக்கிறது என்பது
உங்களுக்குத் தெரியாது.

●

நானும் (சொல்லியிருக்க வேண்டியது)

மதுச் சாலை தொலைக்காட்சியில்
சிறுத்தை தாக்கிய தேயிலைத் தோட்டச் சிறுமி.
இடுக்கியை நீங்கிய ஐஸ்கட்டி அமிழல்
மினுமினுக்கும் திரவத்தில்.
தீவிர மறுப்பை மீறி, என்னை வல்லழைத்து
இங்கு இருத்தியிருக்கும் அவன்
அடுத்தடுத்த இரண்டாவது மிடறில்.
காளான் பொறுக்கிவந்து சமைத்தவளின்
பொன்னிறப் பூனைமுடி,
நீலநிற சீமெண்ணெய் விளக்கின்
அலையும் வெளிச்சத்தில் இட்ட
பின் கழுத்து முத்தங்கள்,
அதிகம் உவப்பற்ற உண்ணிப் பூ வாசனை
வரிசை தப்பும் முன்பின்னுடன்
எத்தனையாவது முறையாகவோ இன்றும்
சொல்கிறான் எதிர்அவன்.
ஈரமான வெங்காயக் கீற்றுகளின்
அடுக்குகளுக்குள் புகத் தவிக்கும்
மல்லாக்கொட்டைப் பருப்புகளைக்
கிளறிக்கொண்டு நான்.
முட்கரண்டியின் கூர்மையும் உலோகக் கனமும்
எப்போதும் பிடிக்கிறது எனக்கு.
தாதன் குள்ம் வெயிலில் கிடக்கும்
தண்டவாளங்களில்
திருச்செந்தூர் பாஸஞ்சர் போகிற சப்தம்
தேய்கிறது உள்ளுக்குள்.
என்பங்கு அறைவாடகையை
இன்னும் கொடுக்காத தாழ்வுணர்ச்சி
கையோடு திருகி எடுக்கிறது
சட்டையின் இரண்டாவது பொத்தானை.

மின்தடையில் புள்ளிகள் மொய்க்கும்
முட்டாள் பெட்டியின் செவ்வகச் சீறல்
உண்டாக்கும் பதற்றம் அளவற்றது.
ஒரே மடக்கில் விழுங்கிய
முதல் மிடறின் இருட்டில்
தொடர்பின்றி விரிகிறது பிரும்மாண்டமாய்
"பூக்கள் நிரம்பிய அல்மாண்ட்ஸ்" ஓவியம்.
அடுத்த மிடறுகளைக் குவளையில் வார்க்கும்
களகளப்பின் கண்ணாடி இசையை
உங்களில் ஒருவரும் ரசிக்கக் கூடும்
தொலைத்துத் தொலைத்துக் கண்டுபிடிக்கிறான்
கழிப்பறையிலிருந்து திரும்புகிற அவன்
அறிமுகமற்றவரின் தோளில் கையூன்றி
தொலைந்து போன அவனது இருக்கையை.
யாருடைய கைபேசியோ ஒலிக்கும்
நோக்கியா திசையில் பளீரிடுகிறது
ஒருமையில் பெயர்சொல்லி. என் குரல்.
அவனே ஒரு நிழலாக
அசைந்து வருகையில்,
செய்தித் திரையில் காட்டுகிறார்கள்
மோதலில் சுட்டுக்கொல்லப்பட்டவர்களின்
மூடிய ஐந்து நீல உடல்களை
மீண்டும் மீண்டும்.
எந்த மேஜையின் மத்தியில் இருந்தோ
தரையில் மோதும் கண்ணாடிச் சிதறலுடன்
பீறிட்டு எழுகிறது
நானும் சொல்லியிருக்கவேண்டிய
ஒரு மிக உரத்த வசை.

மரகத அட்டிகை

விதம் விதமாக
மெத்தை தலையணைகள் தயாரிக்கும்
கிட்டங்கி ஒன்றுக்குப் பின்னால்தான்
மரகதம் இருந்தாள்.
அழுக்கு வெள்ளை நிற
இலவம்பஞ்சின் வாடையைத் தாண்டுகையில்
கழிப்பறைத் தகரக் கதவு திறந்து
வெளிவந்த பெண் அப்படி
குனிந்துகொண்டு செல்ல
எந்த அவசியமும் இல்லை.
பக்கத்து வீட்டு மதில் உள்ளிருந்து
செப்புத்தகடுகளாகத் துளிர்த்து
சாய்ந்திருந்த மாமரம் சாட்சி
இதுவரை நான் மரகதத்திடம் பெற்ற
ஒரே ஒரு அழியா முத்தத்திற்கு.
நெளிந்த பித்தளைக் குடம் சரித்து
துளி சிந்தாமல் மரகதம் குடித்தாள்
தண்ணீரின் பளிங்கு விழுதை.
விழுங்கி வாய்பிளந்து நிற்கும்
ராட்சச நகைக்கடை இதனின்
கடைவாய்ப் பல் சொத்தையிலிருந்து
சொல்கிறேன்
நினைவுகளின் மஞ்சள் உலோகம் அழித்து
ஒரு மரகத அட்டிகை செய்ய
செய்கூலி எவ்வளவு
சேதாரம் எவ்வளவு என்பதை.

•

ஏற்கனவே

ஏற்கனவே இறந்துவிட்டார் என
உறுதிசெய்து மருத்துவர் அகன்றதும்
ஏற்கனவே இறந்தவரின்
நாட்குறிப்பைப் பார்த்தோம்.
'ஏற்கனவே இறந்துவிட்டேன்"
என எழுதப்பட்டிருந்தது
ஏற்கனவே அதில்.

ஒரு வானம்

மூடிய அறை
ஒரு பொருட்டல்ல ஓவியனுக்கு.
ஒரு பறவையை வரைகிறான்.
பறந்து அது
ஒரு வானத்தை
உண்டாக்கிவிடுகிறது
உடனடியாக.

●

விடுவித்தல்

சிலுவை ஒரு அழகான வடிவம்
குறுக்கும் மறுக்குமான
கிராமத்துத் தெருக்களாக.
ஆணிகளின் உறுதிக்கும்
குறைவில்லை.
அறையப்பட்டவரை அகற்றினால்
விடுவித்துவிடலாம்
சிலுவையை.

அசையாது

கொழுந்து இலைகளின்
கசப்பு நல்லது.
துளிர்
ஒப்பற்ற தாமிர நிறம் உடையது.
எல்லாம் தெரியும்,
இப்போதைக்கு அது
அசையாது இருக்கிறது
உறைந்த கண்ணீராக
அற்புதப் பிற்பகல் வெயிலில்
என்பது உட்பட.

•

பரவச ஈக்கள்

நூறு இருக்கும், ஆயிரம் இருக்கும்
அதற்குக் கூடுதலாகவும்.
மீன்கூடையின் ஈயவிளிம்பில்
மரணத்தின் உப்பு வாசனை மொய்க்கும்
பரவச ஈக்கள்.
பார்க்கப் பார்க்க மினுமினுத்தன
எத்தனை கோடியோ
இன்பம் வைத்த சிறகுகள்.
இத்தனையும் வண்ணத்துப் பூச்சிகளாக
இருந்துவிடும் எனில்,
அவை அமர
அத்தனை எண்ணிக்கைப் பூக்களுக்கு
எங்கே போவேன் நான்
என் சிவனே

●

கற்றது

யுகங்களின் தாழியுள் புதைந்த
முதுமக்கள் தோள்களில்,
அம்மாச்சியின் வெண்கலக் கரண்டி
அழைக்கும் சோறு மணத்தில்,
முருங்கைமர அணிலுடன்
கொல்லம் ஓட்டுச் சரிவில்,
செத்தவீட்டுக்குள் அழும்
சிறுபிள்ளைகளுக்கு ஆதரவாய்,
ஐப்பசி அடைமழையைச்
சிறகிலிருந்து உதறும் ஒரு
பெரும் சாம்பல் சித்திரமாக,
வெயில் பகல் கலவியின் தளர்வில்
கண்காணாக் கிளையமர்ந்து சொல்லும்
காளான்பூக்கும் கவிதைகளில்,
இதோ இப்போது
யார்முகம் மீதென்றோ
காறித் துப்பிய சளியைக்
கனியெனக் கொத்தும் காருண்யத்தில்,
சிறகுடையோனாக அவதரித்து எனைச்
சிக்கெனப் பிடிக்கும் கருநிறச் சாமீ!
என்றோ நீ உதிர்த்த ஆதி
ஒற்றைச் சிறகு பொறுக்கியெடுத்த
கையளவுக் கணத்தில்
கற்றதல்லவோ இந்தப்
பொய்யளவு உலகு.

●

அவரவர் சாம்பல்

முன்னறிவிக்கப்படாத
மின்தடை இரவின் அடர்த்தியை
எந்த மனப் பிறழ்வு இன்றியும்
நீங்கள் அறிவீர்கள்.
அகவிருள் அகற்றியபடி
அசையாதிருந்தது
பரணிலிருந்து அன்றாடப்
பயன்பாட்டுக்கு வந்திருக்கும்
அம்மாவின் அம்மாவின் சிற்றகல்.
முன்னகர்ந்து பின்னகர்ந்து
மூதாதித் தொடர்மலையின்
தீ வரை எரிந்தது திசையெலாம்.
எது தூண்டிற்றோ
இந்த வினை செயல்?
இதுவரை கையில்வைத்து ரசித்த
என்னுடைய மார்பளவுப் ப்டம்
கருகிச் சுருள்கிறது
இரு விரல்களின் இடையில்.
நீங்களும்
ஒருமுறையேனும் முயல வேண்டும்
அவரவர் நிழற்படத்தை
அவரவரே சாம்பராக்கும்
அலகிலா விளையாட்டை.

•

சுழன்று விழும் இறகு

எத்தனையோ வருடங்களுக்கு
முன்பிருந்த வீட்டின் வாசல்.
பாழும் இந்த பகலிரைச்சலிலும்
கேட்கமுடிகிறது
இறந்தகால நிசிச் சப்தத்துடன் உதிரும்
நெட்டிலிங்கக் கொட்டைகளைத்
துல்லியமாக.
இனியொருநாள் இதே போல
கிளைமாறும் கரும்பறவையிலிருந்து
சுழன்று விழும் இறகுச் சப்தம்
காதில் விழுமெனில்
அத்துடன் செத்தே போவேன்
பித்தாகி
செஞ்சடை மேல் வைத்த என்
தீ வண்ணனே.

சூடிவிட்டு

தெரியும்.
உங்கள் பாற்கடலில் எஞ்சியதும்
உங்களுக்கு ஒரு துளி விஷமே.
அவனுக்கும் இவனுக்கும் உவனுக்கும்
இதே ஆலகாலம் தான்.
தெரியாததல்ல
என்னுடைய குவளைக்கு மாற்றும்
உங்களின் இடைவிடாத
எத்தனங்கள் எல்லாமும்.
நான் கடைந்த நீலம்
ஒற்றைச் சிறு பூவாக என்
உள்ளங்கையில் மலர்ந்திருக்கிறது.
பொறுங்கள்.
வாடிவிடும் முன்னர் அதைச்
சூடிவிட்டு வருகிறேன்,
பெயக் கண்டு நஞ்சுண்டு
அமைய.

யாரை

வேப்பம் பூ அடர்த்தியாக்கிய
வேனில் இரவு.
வழக்கமான மின்மினிகள்
தேய்பிறை வானத்தில்.
ஒரு பெரும் இடைவெளி தாண்டி
இந்த இடத்தில் எனக்கு
நாற்காலி இட்டிருக்கிறது தனிமை.
என்னை வீடுகடத்தும்
உதிர்பூவின் வெள்ளைச் சத்தம்..
குழந்தையழுகையிட்டு
நந்தியாவட்டையின் கீழிருந்த பூனை
நகர்ந்து வந்து புறங்காலை
நக்கத் துவங்குகிறது.
எனக்குத் தெரியவில்லை
யாரை இழுத்தணைத்து இப்போது
ஒரு கசப்பு முத்தம்
இடப் போகிறேன் என்று.

திசை விலக்கி

எந்தப் பனங்காட்டை ஊரானுக்கு
இரவல் கொடுத்துவிட்டு வந்த
மகராசியோ,
கட்டுமானக் காவலுக்குக்
கொட்டகை போட்டுக்
காத்துக் கிடக்கும் கிழவனுக்கு
கஞ்சி காய்ச்சுகிறாள்
கருக்கலில்.
ஊதி ஊதி எரிந்த தீயில்
உலை கொதிக்கிறது.
உலகு புரந்தூட்டி
ஓயாது சுரந்த முலை
தொய்ந்து கிடந்து தொட்டிலாட
திமிறித் திமிறி அழுகிற
தீ
தழல் வாய் திறந்து
தேடுகிறது காம்பை
திசை விலக்கி.

துறவின் அழுக்கு

ஆறு ஒழுகும்
கோவிலின் பின் விளிம்பு.
நானாகப் பெயரிட்டுக் கொண்ட
மகிழம் பூ மணத்தின்
உருவேற்றும் உச்சரிப்பில்
விம்மி வெடிக்கிறது மூச்சு.
அகன்ற கல் படிகளில்
துறவின் அழுக்கைத் துவைக்கும்
காவித் துணிக்காரர்.
வலக்கோடியின்
பூவற்ற பசுங்கொடியில் மொய்க்கும்
வெயில் நிற வண்ணத்துப் பூச்சிகள்.
காவி உடுத்திய வெயில் சிறகுடன்
ஆற்று நீராக, பெயரறு பூவாக
அலையத் துவங்கும் என்னை
அவதானித்தபடி
படகு வடிவ நீள் இலையில்
நீறும் குங்குமமும் நிறைசந்தனமும்.
சன்னிதிக்கு வெளிவந்து
உறுமித் திரியும்
ஒற்றைப் புலி மீது
ஏறித் துவங்கினேன் என்
வானப் பிரஸ்தம்.

•

உங்கள் மடியில் இருப்பது

பச்சைக் கிளிகள்
அமர்வதும் பறப்பதுமாக இருந்தது
அந்தத் தொலைதூரச் சிறுமரம்.
வளைந்து திரும்பும்
ரயில் சன்னலில் இருந்து பார்க்கிறேன்.
இன்னொரு சன்னலோரம் இருக்கும்
உங்களிடமும் காட்டுகிறேன்.
எதிர்பயணிகளுக்கே உரிய
இயலாமை நிரம்பிய உங்கள்
எளிய சிரிப்பிலிருந்து விடுபட்டு,
அந்தச் சிறுமரம் நோக்கிப்
பறந்து அமர்ந்து பறந்து நான்
பறித்துவந்த கனிதான்
இப்போது உங்கள் மடியில்
இருப்பது.

பரபரப்பான வெயில்

வரச் சொல்லிவிட்டேன்
நண்பனின் மனைவியை
எங்கள் வீட்டுக் குழாயில்
துணி துவைத்துக் கொள்ள.
ஆற்றில் துவைத்து
ஆற்றில் குளித்து
தோளில் பிழிந்த துணியிட்டுவரும்
அவளுடைய பழைய சித்திரத்தை
நண்பனுக்குத் தெரியாமல்
துடைத்துவைத்துக் கொள்கிறேன்.
சருகுகள் சிதறிக் கிடக்கும்,
பின் வீட்டு மரத்தின்
பெயரறியா ஆரஞ்சு மலருதிர்ந்த
குழாயடிச் சித்திரத்தை நிரப்பும்
அவளுடைய வருகையைச் சட்டமிட,
போதுமானதாக இருக்கிறது
இத்தினத்தின் பரபரப்பான வெயிலும்
கள்ளத்தனமான நிழலும்.

●

உதிரி

பறவை அல்ல.
பறக்க நினைத்ததும் இல்லை.
ஓயாமல் பொறுக்கிச் செல்கிறேன்
வழியில்
உதிர்ந்து கிடக்கும்
ஒற்றை இறகுகள்
அனைத்தையும்.

விட

எளிதன்று வரைவது
ஒரு பம்பரத்தை விட
அதன் சாட்டையை.
தொட்டி மீனை விட,
விடும் குமிழிகளை.
கொடுக்காப் புளிப் பழங்களை விட
வெடித்துப் பிளந்த தோலை.
பெரும் பாறையை விட
பச்சைப் பாசியை.
இறந்த தாய்ப் பூனையை விட
நுங்கு நிறக் காம்புகளை.
இதோ என்னைத்
தந்திரமாகக் கொன்றுவிட்டு
நடந்துகொண்டிருக்கும்
உன்னை விட
உன் சாகச நிழலை.

●

மட்டற்று

ஆதிப் பயலை
மலை வரையச் சொன்னேன்.
மலையை மட்டும் வரையவில்லை.
மலையை
இரண்டு தென்னை மரங்களை
இரு பறவைகளை
ஒரு சூரியனை வரைந்திருந்தான்.
மலையை மட்டும் வரையாதவர்கள்
இருக்கும் வரை
மலை இருக்கும்
ஆதி அழகுடன்.

அணிலிடமிருந்தும்

அழகிய செம்பூவுடன்
எங்கள் வீட்டுச் செடியின்
முதல் மாதுளம் பழம் குறித்த
கனவும் விரிந்திருந்தது.
உங்களுடைய உள்ளாடைகளை
யாரோ களவாடியிருக்க,
எங்களின் இளம்கனவைப் பறித்தல்
எப்படி பதிலியாகும்?
அறிந்து கொள்ளுங்கள்,
ஒரு மாதுளம் பிஞ்சை
அதன் செடியிலிருந்து,
எங்களிடமிருந்து மட்டுமல்ல
ஒரு அணிலிடமிருந்தும்
அப்புறப்படுத்தி இருக்கிறீர்கள்
என்பதை.

நமக்குரியவற்றுள்

என்னுடைய அறைதான்.
எங்களுடைய வீடுதான்.
மறதியாக என்னை
உள்வைத்துப் பூட்டிவிட்டு
நீங்கள் போய்விட்டால் எப்படி?
என் சொல்தான்.
என் கவிதைதான்.
வேண்டும் என்றே என்னை
அதற்குள் அடைத்துவிட்டு
நீங்கள் வெளியேறிவிட்டால் எப்படி?
மிகவும் பதற்றம் உண்டாக்குவது
நமக்குரியவற்றுக்குள்
நாம் சிறைவைக்கப் படுவதுதான்
இல்லையா?

மீனைப் போலவும்

சில சமயம் கடலைப் போல,
சில சமயம் ஆற்றைப் போல,
ஓடையைப் போல,
கிணற்றைப் போல,
கண்ணாடித் தொட்டியைப் போல
சுருக்கமாக
நீரைப் போல இருக்கிற மீன்
மீனைப் போலவும் இருக்கிறது
தூண்டில் தருணங்களில்.

இன்றைக்கு

காக்காய் கத்தி
இவ்வளவு நேரம் ஆகிவிட்டது.
காதில் விழவே காணோம்
உப்பு விற்கிறவரின் குரல்,
கோலப்பொடி விற்கிறவரின் குரல்.
என்னவோ ஆகத்தான் போகிறது
இந்த உலகத்துக்கு
இன்றைக்கு.

●

வீட்டு நடையில்
நின்றுகொண்டிருந்தேன்.
அருகில் வந்து
ஒரு கருப்புக் கன்றுக்குட்டி
அசையாமல் என்னைப் பார்த்தது.
போய்விட்டது.
இது போதும் எனக்கு
இன்றைக்கு.

●

எல்லாமும்

'தாத்தா, நீ ஈயை வரைந்திருக்கிறாயா?'
'பறவையை வரைந்திருக்கிறேன்'
'தாத்தா, நீ ஈயைப் பற்றிய கவிதையை
எழுதியதுண்டா?
'பறவைகள் பற்றி எழுதியதுண்டு'
சிறிய அமைதிக்குப் பின் சொன்னேன்
ஒப்புக் கொள்ளும் குரலில்
'எனக்கு ஈக்களைப் பற்றித் தெரியாது'.
'பறவைகள் பற்றியும்தான்'
பதில் வந்த திசையில்
ஈ மொய்த்துக் கிடந்தன
என் எல்லாமும்.

என் ஆயுதம்

என் ஆயுதங்களைப் பழக்கிவைத்திருக்கிறேன்.
அவை கொல்வதில்லை.
ஆழமான காயங்களை மட்டும்
ஒரு சிறுவீச்சில் உண்டாக்கித் திரும்பிவிடும்.
காயங்கள் ஏற்படுத்துவதில்
ஒரு ருசி உண்டாகி
என் தீர்மானம் இன்றியே
ஆயுதம் செயல்படத் துவங்கியது.
என்னால் முதல்முதல்
காயம் உண்டாக்கப்பட்டவன்
ஆறாத புண்ணுடன், நொதிக்கும் சீழுடன்
என்னைத் தாண்டிப் போவதைக்
கண்டேன்.
காயங்களை உண்டாக்குவதற்கும்
காயங்களிலிருந்து மீள்வதற்குமான தொலைவு
இவ்வளவு கடக்கமுடியாதது
எனத் தெரிந்ததும்
தன்னிச்சையாக இயங்கும் ஆயுதத்திடம்,
'போதும் நிறுத்து' என்றேன்.
சொல்லிமுடிக்கக் கூட இல்லை.
அந்த நொடிக்கும்
அடுத்த நொடிக்கும் இடையில்
எந்தத் தயக்கமும் இன்றி
என் அடிவயிற்றில் பாய்ந்திருந்தது
ஆழமாக ஆயுதம்.

நிகழ்வது

தீர்மானித்தபடியே
மழை துவங்கு முன்
அடுக்ககம் வந்துவிட்டாள்.
பொத்தான் அழுத்தி
மின் தூக்கி மேல் நகர்கையில்
ஆட்டோ விலகிச் செல்வதை
கேட்டாள்/பார்த்தாள்.
உப்பரிகைக் கொடியில்
உலர்ந்த ஆடைகளைச் சேகரிக்கையில்
பெரும் துளியிட்டு மழை துவங்கியது.
அவள் செல்லத் தொட்டியில்
பூத்திருந்தது வெண் சங்கு புஷ்பம்.
படுக்கையறையில் குவித்து
ஆடைகளை மடிக்கையில்
ஆளுயரக் கண்ணாடி அழைப்பது போல
அந்தரங்கப் பெயரின் உச்சரிப்பு.
முற்றிலும் அகற்றிக் கொள்ளச் சொன்ன
இடவலக் குரலை விரும்பினாள்.
கீழ்ப்படிந்துகொண்டே வந்தவளின் காலடியில்

கழன்றுவிழுந்திருந்தன உள்ளாடைகள்.
கருப்புக் காப்பியா, பச்சைத் தேனீரா
என்பதைத் தீர்மானித்தாள்
மார்புக் காம்புகளில் ஒன்றைத் தொட்டு.
கொதிக்கிற பாத்திரத்தை அகற்றி
சுனையெனப் பொங்கும்
ஜ்வாலையையே பார்த்துக் கொண்டிருந்தாள்.
.பழைய பாடல் ஒன்றைப்
பாடிச் சுழலும் போதும்
நீல வட்டத்தின் தடாகத்தில் குதிக்கும்
முன் தீர்மானத்தை எடுக்கவே இல்லை.
நிகழ்வது அனைத்தின் அசாதாரணம் உணர்ந்து
தனிமையின் பதற்றத்துடன் காத்திருந்த
பீங்கான் கோப்பையில்
மின்னலிட்டு நிரம்பத் துவங்கியது
அவள் மேல் பற்றிப் பெய்த
அந்தி மழை.

அதனால் என்ன

அது மக்காச் சோள அறுவடைக் காலம்.
வாகனங்கள் மேலேறிச் செல்ல
நீ உன் தானியங்களுடன்
சாலையில் காத்திருந்தாய்.
உன்னுடைய இடுப்பில் இருந்தது
உன்னுடைய மூன்றாவது குழந்தையாகக் கூட
இருக்கலாம்.
அதனால் என்ன?
உன்னிடம் எதையோ சொல்லிக்கொண்டு
இன்னொருவரின் சைக்கிள் பின்னால்
ஏறிப்போனவர் உன் கணவராக இருக்கலாம்.
அதனால் என்ன?
நீ அணிந்திருந்த மூக்குத்திப் பொட்டுதான்
உன்னுடைய ஒரே ஆபரணமாக இருக்கலாம்.
அதனால் என்ன?
என்னுடைய இருசக்கர வாகனம் தாண்டுகையில்
நான் பெற்றுக்கொண்ட சிரிப்பு,
எப்போதும் இதுபோன்ற அறுவடைக்காலங்களில்
நீ வழங்குகிற சிரிப்பாக இருக்கலாம்.
அதனால் என்ன?
உன்னிடம், உனக்குத் தெரியவே தெரியாத
ஒரு மறக்க முடியாத அழகு இருந்தது,
இத்தனை வருடங்களின் பின்பும்
இந்தப் பேனா முனையில்
மக்காச் சோளக் கொண்டையில் வந்தமரும்
கருங்குருவி அளவுக்கு.
அவ்வளவுதான்.

●

போலவே

வந்து நிற்கிறது
நான் ஏறவேண்டிய தொடர்வண்டி.
பெரும் சுமைகளுடன்
அந்தப் பெண் இறங்கிக்கொண்டிருந்தாள்.
நீலப்பையை வாங்கி வைத்தேன்.
அந்தப் பை என்னுடையதே போல
லகுவாகக் கனத்தது.
இடுப்பில் இருந்த குழந்தையை
ஏந்தி வாங்கிக்கொண்டேன்.
அந்தக் குழந்தை என்னுடையது போல
சிரித்தது, சட்டைப் பேனா உருவி.
குழந்தையைத் தோளில் இட்டு
சுருட்டை முடியை ஒதுக்கி
நன்றி சொல்லிச் சிரித்து
நகர்கிற பெண்ணும்
என்னுடையவள் போலவே ஆக்குகிறது
நடைமேடையிலிருந்து
விடைபெறத் துவங்கும் சன்னல்கள்.

அண்ணன்மார் கதை

நாற்காலிகளுக்கு இழைபின்னும்
அண்ணன்மார்
தெருவின் குறுக்கில் விளையாடும்
கிரிக்கெட்டை உனக்காக
நிறுத்தியிருக்கிறார்கள்.
யாருடைய அரைக்கைச் சட்டையையோ
அணிந்திருக்கும் குட்டிப் பெண்ணே!
வாழ்வின் முழுபாரத்தையும்
நீட்டிய கைகளில்
தேய்த்த உருப்படிகளாக ஏந்தி நீ
அவர்களைத் தாண்டிச்செல்லும்
சிறு பொழுதின் இடைவெளிக்குள்
பறக்கிறது
உனக்கு மட்டும் மூடப்பட்டுவிட்ட
உன்னுடைய பள்ளிக்கூடத்தின் திசையில்
ஒரு மைனா.
அடுத்த பந்தை வீசவும்
அடிக்கவும் செய்யாமல்
தெருவோரச் சுவரில் துப்புகிறார்கள்
அவர்கள்.

மட்டுமே

போன தடவை பாடிய பாடலைப்
பாடச் சொல்லிக் கேட்கிறார்
அவர்.
நான் பாடி முடித்ததும்
இந்தப் பாடல் அல்ல நீங்கள்
போன தடவை பாடியது
என்கிறார், தவிப்பில்.
இந்தத் தடவை மட்டுமே உண்டு
எந்தப் பாடலுக்கும் என
எப்படிச் சொல்ல அந்த
போன தடவை அவரிடம்?

அத்தர் சித்திரம்

சென்றமுறை வந்தது
மன நிலை தவறிய நீண்ட இருட்டில்
அடைபட்டு வெளியே வராமல்
அப்படியே இறந்துபோன
அவருடைய மனைவியின் பொருட்டு.
துக்க விசாரிப்பின் போது
காப்பித்தூள் நிற ஸ்வெட்டருக்குள்
அசைந்துகொண்டிருந்தார்.
இறந்த காலத்தின் திடமான சங்கிலியைத்
துண்டு துண்டாகும் குரல் அவருக்கு.
ஞாபகமறதியின் இடுக்குகளில் மலரும்
ஒளிமிகுந்த திடீர்ச் சிரிப்புகளுடன்
எங்கள் தாத்தாவின் அழகான
கூத்தியாள் பற்றிச் சொல்லத் துவங்கினார்.
அத்தர் வாசனை வரை
வர்ணித்துச் சென்றவர், அப்புறம்
ஏதோ திசை தவறிவிட்டார்.
குளிர்பெட்டியின் மாலைக் குவியலில்
இப்போது மறைந்திருக்கும் முகத்தில்
பழைய உரையாடல் நேரச் சிரிப்பு
கருத்துக் கிடந்தது.
மடித்து வைத்த கைவிரல்களுக்குள்
நிச்சயம் இருக்கும்
அவர் வரைய ஆரம்பித்துப்
பாதியில் நிறுத்திய அந்த
மாடத்தெரு மனுஷியின்
அத்தர் சித்திரம்.

●

பறவையின் சிரிப்பையும்

எத்தனையோ கழுகுகளை
இருந்தும் பறந்தும் பார்த்தாயிற்று
அப்புறம்.
எதற்கு அந்த வல்லநாட்டுக் கழுகை
இன்னும் நினைக்கிறேன்?
இத்தனைக்கும் அது கிழடு.
கண்கள் கிறங்கி, கழுத்து தொங்க,
கூர்மையற்ற கால் நகங்களுடன்
பாறையொன்றிலிருந்து
சருகிக்கொண்டிருந்தது பிடிமானமற்று.
சாணை பிடித்தலின் தேவை மிகுந்தவை
மாமிசம் மறந்த அலகுவளைவுகள்.
என்னைப் பார்த்து அது சிரித்தது என்றால்
பார்வைக் குறைவின் அளவைப்
பார்த்துக் கொள்ளுங்கள்.
நான் எப்போதாவது இன்று
ஏறிட்டுப் பார்க்கும் வானத்தில்
வட்டமிட்டுப் பறக்கவிட நினைப்பது
வல்லநாட்டுப் பழைய கழுகைத்தான்.
யார் வீட்டுக் கோழிக்குஞ்சுக்கும்
சேதாரம் இல்லை.
ஒரு பறவையின் சிரிப்பையும்
பெற்றவன் ஆவேன்.

கல்யாண்ஜி

கடிவாளமின்மை குறித்து

அந்தக் குதிரை பழுப்பு நிறத்தில் இருந்தது.
வால் மயிர் நீளம்.
சுழற்றிச் சுழற்றியதே தவிர
ஈ ஒன்றும் இல்லை.
பல் வைத்தியத்திற்கு வந்தது போல்
அடிக்கடி மேல் உதட்டை அகற்றியது.
அடுத்த பிறவி வரைக்கும் உரிய புல்லை
ஏற்கனவே மேய்ந்துவிட்டது என
சீராக இருந்தது வயிறு.
நின்றுகொண்டே காணும்
கருப்புக் குதிரைக் கனவில்
அடிக்குரலில் கனைத்தது
சுருங்கிக் கிடக்கும் குறி.
தபால் தந்தி அலுவலக, பள்ளிவாசல்,
கால்நடை ஆஸ்பத்திரி இன்ன பிற
எதற்கும் தனக்கும்
தொடர்பே இல்லாதது போல்
ஈரடுக்கு மேம்பாலச் சரிவில்
அசையாது நிற்கிற அதை
அப்படியே திரிய விட்டுவிடுவது நல்லது.
கடிவாளமின்மைதான்
சரியான கடிவாளம் என்பதைக்
கடைசியில்தான் தெரிந்துகொள்கின்றன
எல்லாக் குதிரைகளும்.

●

நகரும் வீடு

எப்போதுமே
எனக்கும் வீட்டுக்கும்
கோடைகாலச் சாயுங்காலங்களில்
அதிகமாகிவிடுகிறது தூரம்.
இந்தத் தெரு வழி போனால்
சற்று அருகில் வரும் அது.
புதிதில்லை இங்குள்ள
பூவரச மரங்களும் நாய்க்குரைப்பும்.
வாய் உடைந்த ஒரு தொட்டியில்
நீர்வார்த்துக்கொண்டிருக்கும் பெண்
என்னைப் பார்க்கவில்லை.
இரண்டு பசுக்களும் ஒரு கருப்புக் கன்றும்
தாகத்துடன் முகத்தைத் தணித்தன.
தலையை உயர்த்திய மூத்த பசுவின்
தாடை வழியே நீர் ஒழுகியது.
இதுவரை உயரத்தில் இருந்த வானம்
இப்போது மேகங்களுடன்
கீழிறங்கி நின்றது.
எங்கள் வீடு நகர்ந்து அதன்
நடுவில் வந்திருந்தது.

கல்யாண்ஜி

அறியாமலும்

இன்று யாரும் வரவில்லை
நீங்கள் உட்பட.
நீண்ட காலத்திற்குப் பிறகு பார்த்த
மரங்கொத்தி பற்றிச் சொல்லியிருப்பேன்.
செங்குத்துத் தோற்றத்தில்
யாரோ ஒட்டவைத்துப்போன ஒன்றாக
பார்க்கமுடிகிற ஒரே பறவை அது.
உங்களுக்கு இதில் மறுப்பெதுவும் இராது.
பறவையை விட, தாவர இயலோ
விலங்கியலோ விருப்பம் உடையவரெனில்
மரப்பட்டைகள் பற்றி, புழுக்கள் குறித்து
நீங்கள் உரையாடலைத் தொடர்ந்திருக்கக்கூடும்.
வழியில்லாமல் போயிற்று அதற்கு.
யாரும் வராத,
தன்னைப் பார்த்த ஒருவர், யாருடனும்
தன்னைக் குறித்து எதுவும் சொல்லாத
ஒரு சாயுங்காலம் பற்றிக் கவலைப்படாமல்
பறந்து போய்விட்டது மரங்கொத்தி.
மற்றும் மரத்தில்
சாத்திவைக்கப்பட்ட இளம்பச்சை நிற
பள்ளிக்கூட சைக்கிள்
இன்னும் அப்படியே இருக்கிறது புத்தகப்பையுடன்
என்பதை அறியாமலும் கூட.

●

உள்வெளி

ஒரு முழு முற்பகல் பயணத்திலும்
ஜன்னலுக்கு வெளியே மட்டுமே
பார்த்துக்கொண்டு வந்த முகம்
அவருடையது.
ரயிலின் உட்பக்கம் பார்க்கக்கூடாது
எக்காரணத்தாலும் என்று
நிபந்தனை அச்சிடப்பட்ட பயணச்சீட்டு
அவருக்கு வழங்கப்பட்டிருந்தது.
கொய்யாப் பழ வாசம், குழந்தை அழுகை,
தொடர் இருமல், கடலைமிட்டாய் வியாபாரம்
எதற்கும் திருப்பிக் கொள்ளவில்லை
தன்னுடைய உட்பக்க கவனத்தை.
அசையாத பார்வை, வெளியில்.
உள்ளே பார்க்கத் தெரியாதவர்க்கெல்லாம்
வெளியே என்ன தெரிந்துவிடப் போகிறது?

இரண்டு

எப்போதும் விளையாடுவதற்கு
இரண்டுபேராக வரும் சிறுமி,
விபத்தில் அக்கா இறந்துவிட்ட
துக்கத்தின் இடைவெளிக்குப் பின்
முதன் முறையாக வருகிறாள்
இறகுப் பந்து மைதானத்திற்கு
தான் மட்டும்.
சைக்கிள் கேரியர் கவ்வலுக்குள்
செருகிவைக்கப் பட்டிருக்கின்றன
இரண்டு மட்டைகள்
மறதியாக / ஞாபகத்துடன்.

•

அமைதியின் ஒரு விள்ளல்

பதற்றம் குறைந்து
அமைதி வரக்கூடுமென
இந்த நகரத்தின் குறுக்கு நெடுக்கைப்
புனரமைக்கும் கால்களுடன்
வெவ்வேறு குடியிருப்புகளிடையே
வியர்த்து நடந்து திரும்பினேன்.
எந்த மாற்றமும் இல்லை
கொந்தளிக்கும் அலைகளின் உயரத்தில்.
மறுபடியும் புறப்பட்டேன்.
பத்தடிக்கும் தூரம் குறைவுள்ள
தெருமுனைப் பெட்டிக்கடையில்
வாங்கிவந்த ரொட்டியை
மேஜையில் வைத்துப் பிரித்தேன்.
அடுக்கடுக்கடுக்காகப் பிளந்துவைத்த
ஒரு வினோதப் பழம் போலக்
குவியத் துவங்கியது அமைதி.
ஒரு விள்ளல் எடுத்துகொண்டேன்.

என்னவோ

என்னவோ நிகழ்ந்துவிட்டது.
வியர்வையின் உப்புக் கறையுடைய
என் கனத்த பருத்திச் சட்டையின்
வாடை நிரம்பிய அறையில்
அங்கங்கே சிந்திக் கிடக்கின்றன
உன்னால் அலட்சியப்படுத்தப்பட்ட முத்தங்கள்.
சமீபத்தில் பூசப்படாத
உன் விரல்களில் உரியும் நகச்சாயம்
எதை எச்சரிக்கிறது என
யூகிக்க முடியவில்லை.
உன்னுடைய வாகனத்தின் தலைக்கவசத்தில்
குப்பைபோலக் கிழிக்கப்பட்ட
என்னுடைய மீசைமுகம் கிடக்கிறது
ஏ.ட்டி.எம். மூலைக் கசங்கல்களாக.
வழமைபோல் நான் தயாரித்துத் தந்த
பீங்கான் கோப்பைத் தேனீரை
ஒரு வாய் கூட அருந்தவில்லை.
என்னவோ நிகழ்ந்துவிட்டது
சூடு பறக்கும் அதன் ஆவிக்கும்
இப்போது படர்ந்திருக்கும் ஏடுக்கும் இடையில்.
எந்த நொடியிலும் நீ எழுந்துபோகும்
சாத்தியத்தின் பேரீச்சைக்கன்று முளைக்கும்
இந்த உலர்ந்த நொடியில்
என் காலணிகளில் மினுங்கும்
சென்றமுறைக் கடற்கரை மணலை
பார்க்கத் துவங்குகிறேன்.

•

வாழ்வெனும்

நெல்லிக்காய்கள் உதிர்ந்துகிடக்கும்
எதிர்வீட்டுச் சுவரின்
சாய்ந்த நிழலில் அமர்ந்திருந்த
அவள் பக்கம்
அதுவரை பொறுக்கிய குப்பைக் கூடை.
அருகில் இருந்த கிழவனின் கால்களில்
ஆயுட்காலச் செம்மண் புழுதி.
தானியம் பொறுக்கும் பறவையாக நகர்ந்து
வெயிலில் கிடந்த உருட்டுக்கல்லை
மூக்கின் அருகில் வைத்து
நீண்ட நேரம்
முகரத் தொடங்கினான்.
பார்த்துக் கொண்டே நடந்து எனக்குள்
நிரம்பத் துவங்கியது
வாழ்வெனும் பெரும் பூவின்
வாசம்.